FYRIR FULLKOMNA LEIÐARVÍSIR UM FRANSKAR, KRÍSUR OG ÍDÝFUR

Uppgötvaðu ómótstæðilegar uppskriftir og pörun fyrir unnendur snarl

Víðir Jökulsson

EFNISYFIRLIT

KYNNING

Verið velkomin í «Hið fullkomna leiðarvísi um franskar, smákökur og ídýfur»! Í þessari matreiðslubók förum við í bragðmikið ferðalag tileinkað því að fagna listinni að snakka. Hvort sem þú ert að halda veislu, njóta kvikmyndakvölds eða einfaldlega þrá dýrindis snarl, þá hefur þessi bók komið þér til skila. Búðu þig undir að töfra bragðlaukana þína með úrvali af stökkum flögum, ljúffengum stökkum og ljúffengum ídýfum sem munu lyfta snakkupplifun þinni upp í nýjar hæðir. Frá klassískum uppáhaldi til nýstárlegra og einstakra samsetninga, þessi matreiðslubók mun hvetja þig til að kanna endalausa möguleika franska, stökka og ídýfa.

Á öllum síðunum finnur þú fjársjóð af vandlega útbúnum uppskriftum sem munu fullnægja löngunum hvers snakkmanns. Við höfum látið fylgja með uppskriftir að heimagerðum kartöfluflögum, bragðmiklum tortilla-flögum og jafnvel grænmetisflögum fyrir þá sem eru meðvitaðir um heilsuna. Kafaðu þér niður í úrval af bragðmiklum ídýfum eins og rjómalöguðu guacamole, bragðmiklu salsa og eftirlátssama ostadýfu sem passar fullkomlega við stökku snakkið þitt. Þú munt líka finna spennandi bragðafbrigði, kryddhugmyndir og ráð til að fá hið fullkomna marr. Vertu tilbúinn til að heilla gesti þína og gleðja bragðlaukana með hverjum bita.

FRANSKAR

1.Klassískar heimabakaðar kartöfluflögur

HRÁEFNI:

- 4 stórar kartöflur
- Jurtaolía til steikingar
- Salt eftir smekk

LEIÐBEININGAR:

a) Þvoið og afhýðið kartöflurnar. Skerið þær þunnt með því að nota mandólínskera eða beittan hníf.

b) Settu kartöflusneiðarnar í skál með köldu vatni og láttu þær liggja í bleyti í 30 mínútur.

c) Tæmdu kartöflurnar og þurrkaðu þær með hreinu eldhúsþurrku.

d) Hitið jurtaolíu í um 350°F (175°C) í djúpri pönnu eða djúpsteikingarpotti.

e) Steikið kartöflusneiðarnar í litlum skömmtum í 2-3 mínútur eða þar til þær eru gullinbrúnar og stökkar.

f) Notaðu skeið til að flytja flögurnar yfir á pappírsklædda plötu til að tæma umfram olíu.

g) Stráið salti yfir flögurnar á meðan þær eru enn heitar.

h) Leyfið flögum að kólna aðeins áður en þær eru bornar fram.

2. Prosciutto franskar

HRÁEFNI:

- 12 (1 eyri) sneiðar prosciutto
- Olía

LEIÐBEININGAR:

a) Forhitið ofninn í 350°F.

b) Klæðið bökunarplötu með bökunarpappír og leggið prosciutto sneiðar út í einu lagi. Bakið í 12 mínútur eða þar til prosciutto er stökkt.

c) Látið kólna alveg áður en það er borðað.

3.Rófaflögur

HRÁEFNI:

- 10 meðal rauðrófur
- ½ bolli avókadóolía
- 2 tsk sjávarsalt
- ½ tsk kornaður hvítlaukur

LEIÐBEININGAR:

a) Forhitið ofninn í 350°F. Klæðið nokkrar bökunarplötur með bökunarpappír og setjið til hliðar.

b) Afhýðið rauðrófur með grænmetisskera og skerið endana af. Skerið rauðrófur varlega í hringi, um 3 mm á þykkt, með mandólínskera eða beittum hníf.

c) Setjið sneiðar rófur í stóra skál og bætið við olíu, salti og kornuðum hvítlauk. Kasta til að húða hverja sneið. Setjið til hliðar 20 mínútur og leyfið saltinu að draga út umfram raka.

d) Tæmið umfram vökva og raðið sneiðum rófum í eitt lag á tilbúnar bökunarplötur. Bakið í 45 mínútur eða þar til það er stökkt.

e) Takið úr ofninum og látið kólna. Geymið í loftþéttu íláti þar til það er tilbúið til að borða, allt að 1 viku.

4. Byggflögur

HRÁEFNI:

- 1 bolli alhliða hveiti
- ½ bolli bygghveiti
- ½ bolli valsað bygg (byggflögur)
- 2 matskeiðar Sykur
- ¼ tsk Salt
- 8 matskeiðar smjör eða smjörlíki, mildað
- ½ bolli Mjólk

LEIÐBEININGAR:

a) Hrærið saman hveiti, byggi, sykri og salti í stórri skál eða matvinnsluvélinni.

b) Skerið smjörið út í þar til blandan líkist grófri máltíð. Bætið nógu miklu af mjólkinni saman við til að mynda deig sem heldur saman í samloðandi kúlu.

c) Skiptið deiginu í 2 jafna hluta til að rúlla. Á hveitistráðu yfirborði eða sætabrauðsdúk skaltu rúlla út í ⅛ til ¼ tommu. Skerið í 2 tommu hringi eða ferninga og setjið á létt smurða eða bökunarpappírsklædda ofnplötu. Stungið hverja kex á 2 eða 3 staði með tönnum úr gaffli.

d) Bakið í 20 til 25 mínútur, eða þar til meðalbrúnt. Kælið á vírgrind.

5. Pepperoni franskar

HRÁEFNI:

- 24 sneiðar sykurlaus pepperoni
- Olía

LEIÐBEININGAR:

a) Forhitið ofninn í 425°F.

b) Klæðið bökunarplötu með bökunarpappír og leggið pepperoni sneiðar í einu lagi.

c) Bakið í 10 mínútur og takið síðan úr ofninum og notaðu pappírshandklæði til að þurrka burt umfram fitu.

d) Settu aftur í ofninn í 5 mínútur í viðbót eða þar til pepperoni er stökkt.

6. Bakaðar sætar kartöfluflögur

HRÁEFNI:

- 2 stórar sætar kartöflur
- 2 matskeiðar ólífuolía
- Salt og pipar eftir smekk

LEIÐBEININGAR:

a) Forhitið ofninn í 375°F (190°C).

b) Þvoið og afhýðið sætu kartöflurnar. Skerið þær þunnt með því að nota mandólínskera eða beittan hníf.

c) Í stórri skál skaltu kasta sætu kartöflusneiðunum með ólífuolíu, salti og pipar þar til þær eru jafnhúðaðar.

d) Raðið sneiðunum í einu lagi á bökunarplötu klædda bökunarpappír.

e) Bakið í 15-20 mínútur, fletjið flögunum hálfa leið þar til þær eru stökkar og ljósbrúnar.

f) Takið úr ofninum og látið flögurnar kólna áður en þær eru bornar fram.

7.Grænkálsflögur

HRÁEFNI:

- 1 búnt grænkál
- 1 matskeið ólífuolía
- Salt og annað krydd (td hvítlauksduft, paprika) eftir smekk

LEIÐBEININGAR:

a) Forhitið ofninn í 325°F (160°C).

b) Þvoið og þurrkið grænkálsblöðin vel. Fjarlægðu stilkana og rífðu blöðin í hæfilega stóra bita.

c) Í skál skaltu henda grænkálsbitunum með ólífuolíu, salti og öðru kryddi að eigin vali þar til þau eru vel húðuð.

d) Raðið grænkálsbitunum í einu lagi á bökunarplötu klædda bökunarpappír.

e) Bakið í 10-15 mínútur eða þar til grænkálið er stökkt og aðeins brúnt.

f) Látið grænkálsflögurnar kólna áður en þær eru bornar fram.

8.Kúrbítsflögur

HRÁEFNI:

- 2 meðalstór kúrbít
- 2 matskeiðar ólífuolía
- Salt og pipar eftir smekk

LEIÐBEININGAR:

a) Forhitið ofninn í 425°F (220°C).

b) Skerið kúrbítinn í þunnar sneiðar með mandólínskera eða beittum hníf.

c) Í skál skaltu henda kúrbítssneiðunum með ólífuolíu, salti og pipar þar til þær eru vel húðaðar.

d) Raðið sneiðunum í einu lagi á bökunarplötu klædda bökunarpappír.

e) Bakið í 15-20 mínútur, fletjið flögunum hálfa leið þar til þær eru stökkar og gullinbrúnar.

f) Látið kúrbítsflögurnar kólna aðeins áður en þær eru bornar fram.

9. Gulrótarflögur

HRÁEFNI:

- 4 stórar gulrætur
- 2 matskeiðar ólífuolía
- Salt og annað krydd (td paprika, kúmen) eftir smekk

LEIÐBEININGAR:

a) Forhitið ofninn í 375°F (190°C).

b) Þvoið og afhýðið gulræturnar. Skerið þær þunnt með því að nota mandólínskera eða beittan hníf.

c) Í skál skaltu henda gulrótarsneiðunum með ólífuolíu, salti og öðru kryddi að eigin vali þar til þau eru vel húðuð.

d) Raðið sneiðunum í einu lagi á bökunarplötu klædda bökunarpappír.

e) Bakið í 12-15 mínútur eða þar til gulrótarflögurnar eru orðnar stökkar og aðeins brúnaðar.

f) Leyfið flögum að kólna áður en þær eru bornar fram.

10. Parmesan hvítlauks kúrbít flögur

HRÁEFNI:

- 2 meðalstór kúrbít
- ¼ bolli rifinn parmesanostur
- ½ tsk hvítlauksduft
- ¼ teskeið salt
- ¼ tsk svartur pipar

LEIÐBEININGAR:

a) Forhitið ofninn í 425°F (220°C).

b) Skerið kúrbítinn í þunnar sneiðar með mandólínskera eða beittum hníf.

c) Blandið saman rifnum parmesanosti, hvítlauksdufti, salti og svörtum pipar í skál.

d) Kastaðu kúrbítsneiðunum í parmesanblönduna þar til þær eru vel húðaðar.

e) Raðið sneiðunum í einu lagi á bökunarplötu klædda bökunarpappír.

f) Bakið í 12-15 mínútur eða þar til kúrbítsflögurnar eru orðnar stökkar og gullinbrúnar.

g) Látið franskar kólna aðeins áður en þær eru bornar fram.

11. Plantain Chips

HRÁEFNI:

- 2 þroskaðar grjónir
- Jurtaolía til steikingar
- Salt eftir smekk

LEIÐBEININGAR:

a) Afhýðið grjónirnar og skerið þær þunnt með mandólínsneiðara eða beittum hníf.

b) Hitið jurtaolíu í um 350°F (175°C) í djúpri pönnu eða djúpsteikingarpotti.

c) Steikið grjónasneiðarnar í litlum skömmtum í 3-4 mínútur eða þar til þær eru gullinbrúnar og stökkar.

d) Notaðu skeið til að flytja flögurnar yfir á pappírsklædda plötu til að tæma umfram olíu.

e) Stráið salti yfir flögurnar á meðan þær eru enn heitar.

f) Látið flísirnar kólna aðeins áður en þær eru bornar fram.

12.Tortilla flögur

HRÁEFNI:

- 10 maístortillur
- Jurtaolía til steikingar
- Salt eftir smekk

LEIÐBEININGAR:

Staflaðu tortillunum og skerðu þær í þríhyrninga.
Hitið jurtaolíu í um 350°F (175°C) í djúpri pönnu eða djúpsteikingarpotti.
Steikið tortilla þríhyrningana í litlum skömmtum í 2-3 mínútur eða þar til þær eru stökkar og létt gylltar.
Notaðu skeið til að flytja flögurnar yfir á pappírsklædda plötu til að tæma umfram olíu.
Stráið salti yfir flögurnar á meðan þær eru enn heitar.
Leyfið tortillaflögunum að kólna aðeins áður en þær eru bornar fram.

13.Kanilsykur Epli flögur

HRÁEFNI:

- 2 stór epli
- 1 matskeið sítrónusafi
- 1 matskeið kornsykur
- 1 tsk malaður kanill

LEIÐBEININGAR:

Forhitið ofninn í 225°F (110°C).

Þvoið og kjarnhreinsið eplin. Skerið þær þunnt með því að nota mandólínskera eða beittan hníf.

Í skál skaltu henda eplasneiðunum með sítrónusafa til að koma í veg fyrir brúnun.

Í sérstakri skál, blandið saman kornsykri og möluðum kanil.

Stráið kanilsykriblöndunni yfir eplasneiðarnar og hrærið þannig að þær verði jafnt yfir.

Raðið sneiðunum í einu lagi á bökunarplötu klædda bökunarpappír.

Bakið í 1,5 til 2 klukkustundir, snúið flögum við hálfa leið þar til þær eru stökkar og örlítið krullaðar.

Látið eplaklögurnar kólna áður en þær eru bornar fram.

14.Kryddaðir Chili Lime Plantain Chips

HRÁEFNI:

- 2 þroskaðar grjónir
- 2 matskeiðar lime safi
- 1 tsk chili duft
- ½ tsk salt
- Jurtaolía til steikingar

LEIÐBEININGAR:

Afhýðið grjónirnar og skerið þær þunnt með mandólínsneiðara eða beittum hníf.

Blandið saman limesafa, chilidufti og salti í skál.

Kasta plantain sneiðum í lime safa blöndu þar til vel húðuð.

Hitið jurtaolíu í um 350°F (175°C) í djúpri pönnu eða djúpsteikingarpotti.

Steikið grjónasneiðarnar í litlum skömmtum í 3-4 mínútur eða þar til þær eru gullinbrúnar og stökkar.

Notaðu skeið til að flytja flögurnar yfir á pappírsklædda plötu til að tæma umfram olíu.

Látið flísirnar kólna aðeins áður en þær eru bornar fram.

15.Rósmarín hvítlauksrófaflögur

HRÁEFNI:

- 2 stórar rófur
- 2 matskeiðar ólífuolía
- 1 tsk þurrkað rósmarín
- ½ tsk hvítlauksduft
- ½ tsk salt

LEIÐBEININGAR:

Forhitið ofninn í 375°F (190°C).

Þvoið og afhýðið rófurnar. Skerið þær þunnt með því að nota mandólínskera eða beittan hníf.

Blandið saman ólífuolíu, þurrkuðu rósmaríni, hvítlauksdufti og salti í skál.

Kasta rófusneiðunum í olíublönduna þar til þær eru vel húðaðar.

Raðið sneiðunum í einu lagi á bökunarplötu klædda bökunarpappír.

Bakið í 15-20 mínútur, snúið flögum við hálfa leið þar til þær eru stökkar og örlítið krullaðar.

Látið rófuflögurnar kólna áður en þær eru bornar fram.

16.Karrý kryddaðar sætar kartöfluflögur

HRÁEFNI:

- 2 stórar sætar kartöflur
- 2 matskeiðar ólífuolía
- 1 tsk karrýduft
- ½ tsk salt
- ¼ tsk malað túrmerik
- ¼ tsk malað kúmen

LEIÐBEININGAR:

Forhitið ofninn í 375°F (190°C).
Þvoið og afhýðið sætu kartöflurnar. Skerið þær þunnt með því að nota mandólínskera eða beittan hníf.
Í skál skaltu henda sætu kartöflusneiðunum með ólífuolíu, karrýdufti, salti, túrmerik og kúmeni þar til þau eru vel húðuð.
Raðið sneiðunum í einu lagi á bökunarplötu klædda bökunarpappír.
Bakið í 15-20 mínútur, fletjið flögunum hálfa leið þar til þær eru stökkar og ljósbrúnar.
Takið úr ofninum og látið flögurnar kólna áður en þær eru bornar fram.

17. Herbed Geitaostur Kúrbítsflögur

HRÁEFNI:

- 2 meðalstór kúrbít
- 2 matskeiðar ólífuolía
- Salt og pipar eftir smekk
- 2 aura geitaostur, mulinn
- 1 matskeið ferskar kryddjurtir (eins og steinselja, dill eða basil), saxaðar

LEIÐBEININGAR:

a) Forhitið ofninn í 425°F (220°C).

b) Skerið kúrbítinn í þunnar sneiðar með mandólínskera eða beittum hníf.

c) Í skál skaltu henda kúrbítssneiðunum með ólífuolíu, salti og pipar þar til þær eru vel húðaðar.

d) Raðið sneiðunum í einu lagi á bökunarplötu klædda bökunarpappír.

e) Stráið muldum geitaostinum og söxuðum ferskum kryddjurtum yfir kúrbítsneiðarnar.

f) Bakið í 12-15 mínútur eða þar til kúrbítsflögurnar eru orðnar stökkar og gullinbrúnar.

g) Látið franskar kólna aðeins áður en þær eru bornar fram.

18.Reyktar papriku maísflögur

HRÁEFNI:

- 4 korneyru
- 2 matskeiðar ólífuolía
- 1 tsk reykt paprika
- ½ tsk salt

LEIÐBEININGAR:

a) Forhitið ofninn í 375°F (190°C).

b) Hrærðu maísnum og fjarlægðu kjarnana með hníf.

c) Í skál skaltu kasta maískjörnum með ólífuolíu, reyktri papriku og salti þar til þau eru vel húðuð.

d) Dreifið kjarnanum í einu lagi á bökunarplötu klædda bökunarpappír.

e) Bakið í 15-20 mínútur, hrærið af og til, þar til maísflögurnar eru stökkar og aðeins brúnaðar.

f) Leyfið flögum að kólna áður en þær eru bornar fram.

19.Hvítlaukur Parmesan kartöfluflögur

HRÁEFNI:

- 4 stórar kartöflur
- Jurtaolía til steikingar
- 3 hvítlauksgeirar, saxaðir
- ¼ bolli rifinn parmesanostur
- ½ tsk salt
- ¼ tsk svartur pipar
- 2 matskeiðar fersk steinselja, söxuð

LEIÐBEININGAR:

Þvoið og afhýðið kartöflurnar. Skerið þær þunnt með því að nota mandólínskera eða beittan hníf.

Settu kartöflusneiðarnar í skál með köldu vatni og láttu þær liggja í bleyti í 30 mínútur.

Tæmdu kartöflurnar og þurrkaðu þær með hreinu eldhúsþurrku.

Hitið jurtaolíu í um 350°F (175°C) í djúpri pönnu eða djúpsteikingarpotti.

Steikið kartöflusneiðarnar í litlum skömmtum í 2-3 mínútur eða þar til þær eru gullinbrúnar og stökkar.

Notaðu skeið til að flytja flögurnar yfir á pappírsklædda plötu til að tæma umfram olíu.

Í sérstakri skál, blandið saman hakkaðri hvítlauk, rifnum parmesanosti, salti, svörtum pipar og ferskri steinselju.

Stráið hvítlauks-parmesanblöndunni yfir heitu kartöfluflögurnar og hrærið varlega til að hjúpa.

Leyfið flögum að kólna aðeins áður en þær eru bornar fram.

20.Kúmen Lime Tortilla flögur

HRÁEFNI:

- 10 maístortillur
- Jurtaolía til steikingar
- 1 tsk malað kúmen
- Börkur af 1 lime
- Salt eftir smekk

LEIÐBEININGAR:

a) Staflaðu tortillunum og skerðu þær í þríhyrninga.
b) Hitið jurtaolíu í um 350°F (175°C) í djúpri pönnu eða djúpsteikingarpotti.
c) Steikið tortilla þríhyrningana í litlum skömmtum í 2-3 mínútur eða þar til þær eru stökkar og létt gylltar.
d) Notaðu skeið til að flytja flögurnar yfir á pappírsklædda plötu til að tæma umfram olíu.
e) Blandið í skál malað kúmen, limebörk og salt.
f) Stráið kúmen lime blöndunni yfir heitu tortilla flögurnar og hrærið varlega til að hjúpa.
g) Leyfið flögum að kólna aðeins áður en þær eru bornar fram.

21.Sýrður rjómi og laukkálflögur

HRÁEFNI:

- 1 búnt grænkál
- 2 matskeiðar ólífuolía
- 2 matskeiðar sýrður rjóma duft
- 1 matskeið laukduft
- ½ tsk salt

LEIÐBEININGAR:

a) Forhitið ofninn í 325°F (160°C).

b) Þvoið og þurrkið grænkálsblöðin vel. Fjarlægðu stilkana og rífðu blöðin í hæfilega stóra bita.

c) Í skál skaltu henda grænkálsbitunum með ólífuolíu þar til þau eru vel húðuð.

d) Í sérstakri skál, blandaðu saman sýrðum rjómadufti, laukdufti og salti.

e) Stráið sýrða rjómanum og laukblöndunni yfir grænkálsbitana og hrærið þannig að það hjúpist jafnt.

f) Raðið húðuðu grænkálsbitunum í einu lagi á bökunarplötu klædda bökunarpappír.

g) Bakið í 12-15 mínútur eða þar til grænkálsflögurnar eru orðnar stökkar og aðeins brúnaðar.

h) Leyfið flögum að kólna áður en þær eru bornar fram.

22.Herbed cheddar pítuflögur

Hráefni:

- Sex (7 tommu pítu) vasar, skornir í 1½ tommu bita
- 1 tsk Möluð þurrkuð salvía
- 1 tsk Þurrkað timjan; molnaði
- ½ tsk Salt
- ½ tsk pipar
- 1½ bolli Rifinn beitt Cheddar; (um 6 aura)

LEIÐBEININGAR:

a) Raðið pítubitunum þétt saman, grófu hliðunum upp, á 2 stórar bökunarplötur.

b) Blandið salvíunni, timjaninu, salti og pipar vel saman í lítilli skál, stráið blöndunni yfir pítubitana og dreifið cheddarnum yfir.

c) Bakið stökkin í forhitaðri 375F. ofninn í 12 til 15 mínútur, eða þar til þær eru gullnar.

23.Ofnstökkar wonton franskar

Hráefni:

- ½ pakki Won-Ton umbúðir
- Matreiðslusprey fyrir grænmeti

LEIÐBEININGAR:

a) Forhitið ofninn í 350F.
b) Settu umbúðir á tvö nonstick kökublöð.
c) Húðaðu hverja umbúðir með grænmetisspreyi.
d) Skerið umbúðir í þrjár ræmur.
e) Bakið þar til franskar eru léttbrúnar.

24.Súkkulaðihúðaðar kartöfluflögur

HRÁEFNI:

- 7 aura Dós kartöfluflögur
- 2 matskeiðar matarolía
- 2 (12 aura) pakkar af mjólkursúkkulaðibitum

LEIÐBEININGAR:

a) Setjið súkkulaði og matarolíu í pott.

b) Örbylgjuofn við 50% afl í 4-7 mínútur, hrærið af og til þar til súkkulaðið bráðnar og hrærir í slétta sósu.

c) Dýfðu flögum í súkkulaði, einni í einu, og láttu annan endann vera ólokinn.

d) Bankaðu varlega til að fjarlægja umfram súkkulaði.

e) Sett á vaxpappír. Endurtaktu. Kælið flögurnar í kæli þar til súkkulaðið er stíft. Geymið í vel lokuðu íláti.

25.Ancho chile kartöfluflögur

HRÁEFNI:

- 3 bollar hnetuolía
- 4 stórar kartöflur, gaufrette skornar
- ½ bolli Ancho chile duft
- Salt

LEIÐBEININGAR:

a) Hitið olíu í 375 gráður F.
b) Steikið kartöflur, í skömmtum og látið renna af á pappírshandklæði.
c) Kasta strax með ancho dufti og salti.

26.Gúrkuflögur

HRÁEFNI:

- 24 smáar gúrkur/ sneiðar; ¼tommu þykkt
- ½ bolli súrsunarsalt
- 3 bollar edik (5% sýrustig)
- 1 lítri vatn
- 1 matskeið Malað túrmerik
- 1 lítri edik (5% sýrustig)
- 1 bolli Vatn
- 2 bollar sykur
- 2 kanilstangir (3 tommu)
- 1 klípa fersk engiferrót (1 tommu)
- 1 msk sinnepsfræ
- 1 tsk Heilir negull
- 2 bollar púðursykur; þétt pakkað

LEIÐBEININGAR:

a) Setjið gúrkur í stóra skál; stráið salti yfir. Lokið og látið standa í 3 klst. Tæmið vel. Sameina 3 bolla edik, 1-quart vatn og túrmerik í stórum hollenskum ofni; látið suðuna koma upp og hellið yfir gúrkur. Lokið og látið standa þar til það hefur kólnað niður í stofuhita.

b) Tæmið og skolið gúrkur.

c) Tæmdu aftur. Sameina 1 lítra edik, 1 bolla af vatni og 2 bollar sykur í hollenskum ofni. Bindið krydd í ostaklútpoka og bætið við edikblönduna. Látið suðuna koma upp; lækkið hitann og látið malla án loksins í 15 mínútur. Hellið blöndunni yfir gúrkur. Látið standa í að minnsta kosti 12 tíma á köldum stað.

d) Hellið sírópinu úr gúrkunum í hollenskan ofn. Bætið púðursykri út í og látið suðuna koma upp. Pakkaðu gúrkum í heitar sótthreinsaðar krukkur og skildu eftir ¼ tommu höfuðrými. Hellið sjóðandi sírópi yfir gúrkur og skilið eftir ¼ tommu höfuðrými.

e) Fjarlægðu loftbólur; þurrka af krukkufelgum. Hyljið strax með málmlokum og skrúfuðum böndum.

f) Vinnið í sjóðandi vatnsbaði í 10 mínútur.

27. Dill súrum gúrkum flögum

HRÁEFNI:

- 2 lítrar Sneiðar dill súrum gúrkum; ótæmdur
- 1 stórt egg; létt barinn
- 1 msk Alhliða hveiti
- ½ tsk heit sósa
- 1½ bolli alhliða hveiti
- 2½ tsk Malaður rauður pipar
- 1 tsk Hvítlauksduft
- ½ tsk Salt
- Grænmetisolía

LEIÐBEININGAR:

a) Tæmdu súrum gúrkum, geymdu ⅔ bolla súrum gúrkum.

b) Þrýstu súrum gúrkum á milli pappírshandklæða til að fjarlægja umfram raka.

c) Blandið saman ⅔ bolla súrum gúrkum safa, eggi, 1 matskeið af hveiti og heitri sósu; hrærið vel og setjið til hliðar.

d) Sameina 1-½ bolla hveiti og næstu 3 innihaldsefni; hrærið vel. Dýfðu súrum gúrkum í eggjablöndu; dýptu í hveitiblöndu.

e) Hellið olíu í 1-½ tommu dýpi, ef þú notar pönnu. Steikið húðaðar súrum gúrkur í lotum, í heitri olíu (375F) í 2 til 3 mínútur eða þar til þær eru gullnar, snúið einu sinni. Tæmið á pappírshandklæði.

f) Berið fram strax.

28.Þurrkaðir peruflögur

HRÁEFNI:

- 2 perur
- 1 bolli Einfalt síróp

LEIÐBEININGAR:

a) Þvoið ávextina og sneiðið þá mjög þunnt á rafmagns kjötsmell. Dýfðu sneiðum í einfalt síróp og leggðu þær síðan á bökunarpappírsklædda plötu.

b) Sett í 200 gráðu heitan heitan hita í 40-60 mínútur, þar til það er þurrt.

c) Á meðan það er enn heitt skaltu afhýða sneiðar af pappírnum. Kælið alveg á grind. Geymið í loftþéttu íláti.

29.Þurrkaðir ananasflögur

HRÁEFNI:

- 2 ananas; skrældar, kjarnhreinsaðar, þunnar sneiðar
- Sykur til að strá yfir

LEIÐBEININGAR:

a) Setjið ananas á bökunarplötu klædda bökunarpappír.

b) Sykri stráð yfir og þurrkað í 250 gráðu heitum ofni í um 90 mínútur. Flott.

c) Flyttu í loftþétt ílát.

30.Eggaldin franskar

HRÁEFNI:

- Eggaldin skorið þversum í ¼ tommu sneiðar eða ferhyrninga í fingurstærð
- Heit olía

LEIÐBEININGAR:

a) Skerið eggaldin þversum í ¼ tommu sneiðar eða ferhyrninga í fingurstærð.

b) Setjið strax í heita olíu (375*) á steikingarhitamæli) Steikið þar til það er gullið. Tæmið á ísogandi pappír. Kryddið eftir smekk.

c) Berið fram sem forrétt eða sem grænmeti.

31. Ofnbakaðar fjólubláar kartöfluflögur

HRÁEFNI:

- 2 matskeiðar Ólífuolía
- 1 tsk Gróft salt
- ¼ tsk sykur
- ⅛ teskeið Cayenne pipar
- Safi úr ½ lime
- 3 stórar fjólubláar kartöflur; mjög þunnt sneið

LEIÐBEININGAR:

a) Hitið ofninn í 400 gráður.

b) Blandið saman olíu, salti, sykri, cayennepipar og limesafa í stórri skál. Bætið við kartöflur og blandið saman við.

c) Raðið kartöflum í einu lagi á bökunarplötur. Bakið þar til kartöflur byrja að brúnast á botninum, um það bil 15 mínútur. Snúið kartöflunum við og bakið þar til þær eru stökkar og brúnar, um 20 mínútur.

d) Stráið meira salti yfir ef þarf.

32.Kryddaðir yuca franskar

HRÁEFNI:

- 2½ pund Ferskt yuca; skera í 4 tommu hluta
- Jurtaolía til djúpsteikingar
- 1 matskeið Chili duft
- ¾ teskeið Salt
- Smá af cayenne

LEIÐBEININGAR:

a) Gerðu ⅛ tommu djúpa rifu niður eftir lengd hvers yuca hluta með skurðarhnífnum og með hjálp hnífsins skaltu hnýta brúna og hvíta lagið af.

b) Í matvinnsluvél með 1-mm. sneiðskífa Sneiðið yuca þversum.

c) Hitið 1-½ tommu af olíunni í 375F í katli. á djúphitamæli.

d) Aðskiljið yuca sneiðarnar, sleppið þeim, 1 í einu, í olíuna og steikið þær í lotum, snúið þeim, í 1 til 2 mínútur, eða þar til þær eru fölgylltar, færið þær um leið og þær eru steiktar yfir í pappírshandklæði til að renna af.

e) Hrærið saman chiliduftinu, salti og cayenne í lítilli skál og blandið flögum saman við kryddblönduna í stórri skál.

STÖKKUR

33. Klassískar salt- og edikhræringar

HRÁEFNI:

- 4 stórar kartöflur
- 1 tsk salt
- 2 matskeiðar hvítt edik

LEIÐBEININGAR:

a) Forhitið ofninn í 375°F (190°C).
b) Þvoið og afhýðið kartöflurnar.
c) Skerið kartöflurnar þunnt með því að nota mandólínskera eða beittan hníf.
d) Blandið kartöflusneiðunum saman við salti og ediki í stórri skál og tryggið að allar sneiðar séu húðaðar.
e) Setjið kartöflusneiðarnar á bökunarplötu klædda bökunarpappír.
f) Bakið í 15-20 mínútur eða þar til þær eru stökkar og gullinbrúnar.
g) Takið úr ofninum og látið kólna áður en þær eru bornar fram.

34. Cheddar mexi-melt hrökk

HRÁEFNI:

- 1 bolli rifinn skarpur Cheddar ostur
- ⅛ teskeið kornaður hvítlaukur
- ⅛ teskeið chili duft
- ⅛ teskeið malað kúmen
- 1/16 tsk cayenne pipar
- 1 matskeið smátt saxað kóríander
- 1 tsk ólífuolía

LEIÐBEININGAR:

a) Forhitið ofninn í 350°F. Útbúið kökupappír með smjörpappír eða Silpat mottu.

b) Blandið öllu hráefninu saman í miðlungs skál þar til það hefur blandast vel saman.

c) Slepptu matskeiðarstórum skömmtum á tilbúna kökuplötuna.

d) Eldið í 5–7 mínútur þar til brúnirnar byrja að brúnast.

e) Látið kólna í 2–3 mínútur áður en það er tekið af kökuplötunni með sleif.

35.Engilsnökkur

HRÁEFNI:

- ½ bolli Sykur
- ½ bolli Púðursykur
- 1 bolli stytting
- 1 egg
- 1 tsk Vanilla
- 1 tsk tartarkrem
- 2 bollar hveiti
- ½ tsk Salt
- 1 tsk matarsódi

LEIÐBEININGAR:

a) Rjómasykur, púðursykur og stytting. Bætið vanillu og eggi út í. Blandið þar til það er loftkennt.

b) Bætið þurrefnunum við; blanda.

c) Rúllið teskeiðar í kúlur. Dýfið í vatnið og síðan í kornsykur. Leggið á kökuplötu með sykurhliðinni upp og fletjið síðan út með glasi.

d) Bakið við 350 gráður í 10 mínútur.

36. Kjúklingaskinn hrökk satay

HRÁEFNI:

- Húð af 3 stórum kjúklingalærum
- 2 matskeiðar, án sykurs, þykkt hnetusmjör
- 1 msk ósykrað kókosrjómi
- 1 tsk kókosolía
- 1 tsk fræhreinsaður og saxaður jalapeño pipar
- ¼ hvítlauksgeiri, saxaður
- 1 tsk kókos amínó

LEIÐBEININGAR:

a) Forhitið ofninn í 350°F. Leggið skinnið eins flatt og hægt er á kökupappírsklædda smjörpappír.

b) Bakið í 12–15 mínútur þar til skinnið er orðið ljósbrúnt og stökkt, passið að brenna það ekki.

c) Fjarlægðu skinnið af kökuplötunni og settu á pappírshandklæði til að kólna.

d) Í lítilli matvinnsluvél skaltu bæta við hnetusmjöri, kókosrjóma, kókosolíu, jalapeño, hvítlauk og kókoshnetuamínóum. Blandið þar til það er vel blandað, um 30 sekúndur.

e) Skerið hvert stökkt kjúklingahýði í 2 bita.

f) Setjið 1 msk hnetusósu á hverja kjúklingakjöt og berið fram strax. Ef sósan er of rennandi skal geyma hana í kæli í 2 klukkustundir áður en hún er notuð.

37.Kjúklingaskinn Crisps með avókadó

HRÁEFNI:

- Húð af 3 stórum kjúklingalærum
- ¼ meðalstórt avókadó afhýtt og skorið
- 3 msk fullfeiti sýrður rjómi
- ½ meðalstór jalapeño pipar, fræhreinsaður og smátt saxaður
- ½ tsk sjávarsalt

LEIÐBEININGAR:

a) Forhitið ofninn í 350°F. Leggðu skinn eins flatt og mögulegt er á kökupappírsklædda smjörpappír.

b) Bakið í 12–15 mínútur þar til skinnið er orðið ljósbrúnt og stökkt, passið að brenna það ekki.

c) Fjarlægðu skinnið af kökuplötunni og settu á pappírshandklæði til að kólna.

d) Blandaðu saman avókadó, sýrðum rjóma, jalapeño og salti í lítilli skál.

e) Blandið með gaffli þar til það hefur blandast vel saman.

f) Skerið hvert stökkt kjúklingahýði í 2 bita.

g) Setjið 1 matskeið af avókadóblöndu á hverja kjúklingakjöt og berið fram strax.

38. Parmesan grænmetishrökk

HRÁEFNI:

- ¾ bolli rifinn kúrbít
- ¼ bolli rifnar gulrætur
- 2 bollar nýrifinn parmesanostur
- 1 matskeið ólífuolía
- ¼ tsk svartur pipar

LEIÐBEININGAR:

a) Forhitið ofninn í 375°F. Útbúið kökupappír með smjörpappír eða Silpat mottu.
b) Vefjið rifið grænmeti inn í pappírshandklæði og vindið úr umfram raka.
c) Blandið öllu hráefninu saman í miðlungs skál þar til það hefur blandast vel saman.
d) Settu matskeiðsstóra hauga á tilbúna kökuplötuna.
e) Bakið í 7–10 mínútur þar til þær eru ljósbrúnar.
f) Látið kólna í 2–3 mínútur og takið af kökuforminu.

39.Graskerbaka kókoshnetukökur

HRÁEFNI:

- 2 matskeiðar kókosolía
- ½ tsk vanilluþykkni
- ½ tsk graskersbökukrydd
- 1 matskeið kornótt erýtrítól
- 2 bollar ósykraðar kókosflögur
- ⅛ teskeið salt

LEIÐBEININGAR:

a) Forhitið ofninn í 350°F.

b) Setjið kókosolíu í miðlungs örbylgjuþolna skál og hitið í örbylgjuofn þar til bráðið, um 20 sekúndur.

c) Bætið vanilluþykkni, graskersbökukryddi og kornuðu erýtrítóli við kókosolíu og hrærið þar til það hefur blandast saman.

d) Setjið kókosflögur í meðalstóra skál, hellið kókosolíublöndu yfir þær og blandið til að hjúpa. Dreifið út í einu lagi á kökuplötu og stráið salti yfir.

e) Bakið í 5 mínútur eða þar til kókosið er stökkt.

40.Kjúklingaskinn hrökk Alfredo

HRÁEFNI:

- Húð af 3 stórum kjúklingalærum
- 2 matskeiðar ricotta ostur
- 2 matskeiðar rjómaostur
- 1 msk rifinn parmesanostur
- ¼ hvítlauksgeiri, saxaður
- ¼ tsk malaður hvítur pipar

LEIÐBEININGAR:

a) Forhitið ofninn í 350°F. Leggið skinnið eins flatt og hægt er á kökupappírsklædda smjörpappír.

b) Bakið í 12–15 mínútur þar til skinnið er orðið ljósbrúnt og stökkt, passið að brenna það ekki.

c) Fjarlægðu skinnið af kökuplötunni og settu á pappírshandklæði til að kólna.

d) Bætið osti, hvítlauk og pipar í litla skál. Blandið með gaffli þar til það hefur blandast vel saman.

e) Skerið hvert stökkt kjúklingahýði í 2 bita.

f) Setjið 1 matskeið ostablöndu á hverja kjúklingakjöt og berið fram strax.

41.Graskerbaka Kókoshnetukökur

HRÁEFNI:

- 2 matskeiðar kókosolía
- ½ tsk vanilluþykkni
- ½ tsk graskersbökukrydd
- 1 matskeið kornótt erýtrítól
- 2 bollar ósykraðar kókosflögur
- ⅛ teskeið salt

LEIÐBEININGAR:

a) Forhitið ofninn í 350°F.

b) Setjið kókosolíu í miðlungs örbylgjuþolna skál og hitið í örbylgjuofn þar til bráðið, um 20 sekúndur. Bætið vanilluþykkni, graskersbökukryddi og kornuðu erýtrítóli við kókosolíu og hrærið þar til það hefur blandast saman.

c) Setjið kókosflögur í meðalstóra skál, hellið kókosolíublöndu yfir þær og blandið til að hjúpa. Dreifið út í einu lagi á kökuplötu og stráið salti yfir.

d) Bakið í 5 mínútur eða þar til kókosið er stökkt.

42. Kókoshnetusmjörskökur

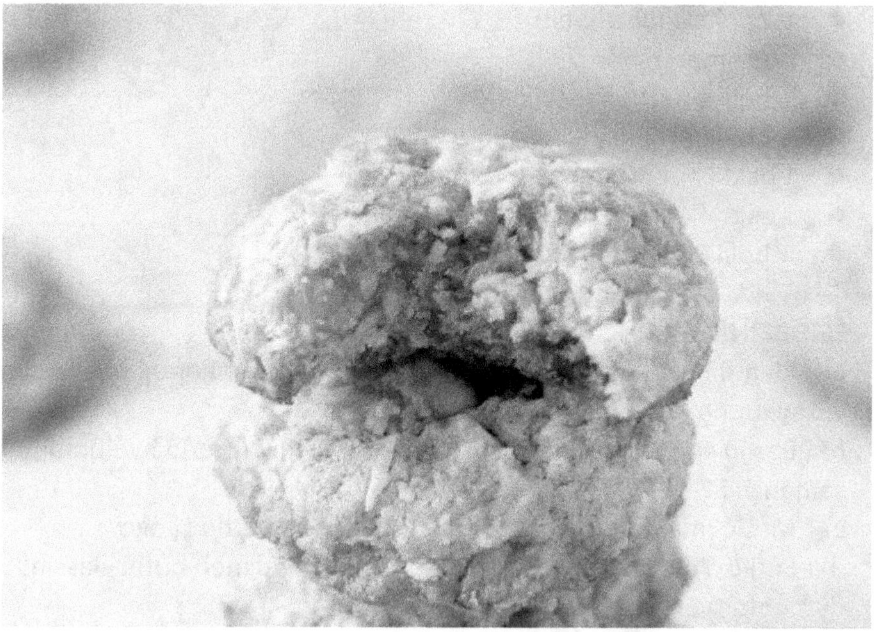

HRÁEFNI:

- 1½ bolli alhliða hveiti
- ½ tsk matarsódi
- ½ bolli smjör eða stytting
- ½ bolli þétt pakkaður púðursykur
- 1 pakki af Butterscotch pudding mix
- 1 egg
- ½ bolli Flöguð kókoshneta

LEIÐBEININGAR:

a) Blandið hveiti saman við matarsóda. Rjóma smjör og þeytið saman við sykur og búðing.

b) Bætið eggi saman við og blandið vel saman. hrærið hveitiblöndunni saman við.

c) Mótið litlar kúlur um 1 tommu í þvermál. Veltið í kókos.

d) Setjið á ósmurðar bökunarplötur og þrýstið með botni glassins sem dýft hefur verið í hveiti.

e) Bakið við 350 gráður F í 10 mínútur.

f) Takið af plötum og kælið á grindur.

43. Reykt ostahrökk

HRÁEFNI:

- 2 bollar rifinn cheddar
- 1 bolli rifinn parmesan
- Handfylli regnboga örgræn
- ½ tsk reykt paprika

LEIÐBEININGAR:

a) Blandið ostunum saman við paprikuna þar til það er vel blandað saman.

b) Skelltu ¼ bolla magni á vöfflujárnsplötur og eldaðu í 5 mínútur eða þar til þær eru gullnar og stökkar.

c) Taktu stökkin úr ofninum og dragðu þær yfir bakhlið tréskeiðar í 10 sekúndur; þeir munu harðna þegar þeir krullast.

d) Endurtaktu með restinni af blöndunni.

e) Berið fram með örgrænu.

44.Parmesan kúrbítskrökkur

HRÁEFNI:

- 1 kúrbít, skorinn í sneiðar
- ½ bolli rifinn parmesanostur

LEIÐBEININGAR:

a) Forhitaðu loftsteikingarvélina í 370°F.
b) Leggðu kúrbítinn hringinn í loftsteikingarvélina í einu lagi.
c) Bætið lag af parmesanosti yfir kúrbítshringina.
d) Loftsteikingarvél í 10 mínútur.
e) Berið fram með uppáhalds dýfingarsósunni þinni.

45.Kryddaðar paprikukökur

HRÁEFNI:

- 4 stórar kartöflur
- 2 matskeiðar ólífuolía
- 1 tsk paprika
- ½ tsk cayenne pipar (stilla eftir kryddi)
- ½ tsk salt

LEIÐBEININGAR:

a) Forhitið ofninn í 375°F (190°C).
b) Þvoið og afhýðið kartöflurnar.
c) Skerið kartöflurnar þunnt með því að nota mandólínskera eða beittan hníf.
d) Blandaðu saman ólífuolíu, papriku, cayenne pipar og salti í skál.
e) Kasta kartöflusneiðunum í kryddblönduna þar til þær eru vel húðaðar.
f) Raðið kartöflusneiðunum á bökunarplötu klædda bökunarpappír.
g) Bakið í 15-20 mínútur eða þar til þær eru stökkar og ljósbrúnar.
h) Leyfið hrökkunum að kólna áður en þær eru bornar fram.

46.Rósmarín parmesan stökk

HRÁEFNI:

- 4 stórar kartöflur
- 2 matskeiðar ólífuolía
- 2 matskeiðar rifinn parmesanostur
- 1 matskeið ferskt rósmarín, saxað
- ½ tsk salt
- ¼ tsk svartur pipar

LEIÐBEININGAR:

Forhitið ofninn í 375°F (190°C).
Þvoið og afhýðið kartöflurnar.
Skerið kartöflurnar þunnt með því að nota mandólínskera eða beittan hníf.
Blandið saman ólífuolíu, parmesanosti, rósmaríni, salti og svörtum pipar í skál.
Kasta kartöflusneiðunum í blönduna þar til þær eru vel húðaðar.
Setjið kartöflusneiðarnar á bökunarplötu klædda bökunarpappír.
Bakið í 15-20 mínútur eða þar til þær eru stökkar og gullinbrúnar.
Leyfið hrökkunum að kólna áður en þær eru bornar fram.

47.BBQ sætkartöfluhnísur

HRÁEFNI:

- 2 miðlungs sætar kartöflur
- 2 matskeiðar ólífuolía
- 1 msk BBQ krydd
- ½ tsk salt

LEIÐBEININGAR:

Forhitið ofninn í 375°F (190°C).
Þvoið og afhýðið sætu kartöflurnar.
Skerið sætu kartöflurnar þunnt með því að nota mandólínskera eða beittan hníf.
Blandið saman ólífuolíu, BBQ kryddi og salti í skál.
Kastaðu sætu kartöflusneiðunum í blönduna þar til þær eru vel húðaðar.
Raðið sætu kartöflusneiðunum á bökunarplötu klædda bökunarpappír.
Bakið í 15-20 mínútur eða þar til þær eru stökkar og örlítið karamellískar.
Látið hrökkin kólna áður en hún er borin fram.

48.Hvítlauks- og Kúrbítskrökkur

HRÁEFNI:

- 2 meðalstór kúrbít
- 2 matskeiðar ólífuolía
- 2 hvítlauksgeirar, saxaðir
- 1 tsk þurrkuð basil
- ½ tsk þurrkað oregano
- ½ tsk salt
- ¼ tsk svartur pipar

LEIÐBEININGAR:

Forhitið ofninn í 375°F (190°C).
Þvoið og skerið kúrbítinn í þunnar sneiðar með mandólínsneiðarvél eða beittum hníf.
Blandið saman ólífuolíu, söxuðum hvítlauk, þurrkuðu basilíku, þurrkuðu oregano, salti og svörtum pipar í skál.
Kastaðu kúrbítsneiðunum í blönduna þar til þær eru vel húðaðar.
Raðið kúrbítssneiðunum á bökunarplötu klædda bökunarpappír.
Bakið í 12-15 mínútur eða þar til brúnirnar eru orðnar gullinbrúnar og stökkar.
Leyfið hrökkunum að kólna áður en þær eru bornar fram.

49.Parmesan Herb Beet Crisps

HRÁEFNI:

- 2 meðalstór rófur
- 2 matskeiðar ólífuolía
- 2 matskeiðar rifinn parmesanostur
- ½ tsk þurrkað timjan
- ½ tsk salt
- ¼ tsk svartur pipar

LEIÐBEININGAR:

Forhitið ofninn í 375°F (190°C).

Þvoið og afhýðið rófurnar.

Skerið rauðrófurnar í þunnar sneiðar með mandólínskera eða beittum hníf.

Blandið saman ólífuolíu, parmesanosti, þurrkuðu timjani, salti og svörtum pipar í skál.

Kasta rófusneiðunum í blönduna þar til þær eru vel húðaðar.

Setjið rófusneiðarnar á bökunarplötu klædda bökunarpappír.

Bakið í 15-20 mínútur eða þar til þær eru stökkar og örlítið karamellískar.

Leyfið hrökkunum að kólna áður en þær eru bornar fram.

50.Kryddaðar Taco Tortilla Crisps

HRÁEFNI:

- 4 stórar hveiti tortillur
- 2 matskeiðar ólífuolía
- 1 msk taco krydd
- ½ tsk chili duft
- ¼ tsk cayenne pipar (stilla eftir kryddi)
- ½ tsk salt

LEIÐBEININGAR:

Forhitið ofninn í 375°F (190°C).
Settu tortillurnar hver ofan á aðra og skerðu þær í báta.
Blandið saman ólífuolíu, taco kryddi, chilidufti, cayenne pipar og salti í skál.
Kasta tortilla bátum í kryddblöndunni þar til þau eru vel húðuð.
Raðið tortillubátunum á bökunarplötu klædda bökunarpappír.
Bakið í 10-12 mínútur eða þar til þær eru stökkar og gullinbrúnar.
Látið hrökkin kólna áður en hún er borin fram.

51. Honey Sennep Pretzel Crisps

HRÁEFNI:

- 4 bollar kringlustangir
- 3 matskeiðar brætt smjör
- 2 matskeiðar hunang
- 2 matskeiðar Dijon sinnep
- ½ tsk hvítlauksduft
- ½ tsk laukduft
- ¼ teskeið salt

LEIÐBEININGAR:

Forhitið ofninn í 325°F (160°C).

Blandið saman bræddu smjöri, hunangi, Dijon sinnepi, hvítlauksdufti, laukdufti og salti í stóra skál.

Bætið kringlustöngunum í skálina og hrærið þar til þær eru jafnhúðaðar.

Dreifið kringlustöngunum í einu lagi á bökunarplötu klædda bökunarpappír.

Bakið í 15-20 mínútur, hrærið einu sinni í hálfa leið, þar til kringlurnar eru stökkar og gullnar.

Leyfið hrökkunum að kólna alveg áður en þær eru bornar fram.

52.Sítrónu pipar pítu stökk

HRÁEFNI:

- 4 pítubrauð umferðir
- 2 matskeiðar ólífuolía
- Börkur af 1 sítrónu
- 1 tsk svartur pipar
- ½ tsk salt

LEIÐBEININGAR:

a) Forhitið ofninn í 375°F (190°C).
b) Skerið pítubrauðin í litla þríhyrninga eða form.
c) Blandið saman ólífuolíu, sítrónuberki, svörtum pipar og salti í lítilli skál.
d) Penslið báðar hliðar pítuþríhyrninganna með ólífuolíublöndunni.
e) Raðið pítuþríhyrningunum á bökunarplötu klædda bökunarpappír.
f) Bakið í 10-12 mínútur eða þar til stökkt og létt gullið.
g) Látið hrökkin kólna áður en hún er borin fram.

53.Hlynur Cinnamon Butternut Squash Crisps

HRÁEFNI:

- 1 lítill butternutsquash
- 2 matskeiðar bráðið smjör
- 2 matskeiðar hlynsíróp
- 1 tsk malaður kanill
- ½ tsk salt

LEIÐBEININGAR:

a) Forhitið ofninn í 375°F (190°C).

b) Afhýðið kartöflurnar og fjarlægið fræin. Skerið það þunnt með mandólínsneiðara eða beittum hníf.

c) Blandið bræddu smjöri, hlynsírópi, möluðum kanil og salti saman í skál.

d) Hrærið squash sneiðunum í blönduna þar til þær eru vel húðaðar.

e) Setjið kartöflusneiðarnar á bökunarplötu klædda bökunarpappír.

f) Bakið í 20-25 mínútur eða þar til þær eru stökkar og karamelluberaðar.

g) Látið squashhökkurnar kólna alveg áður en þær eru bornar fram.

54. Sesam engifer hrísgrjónapappírshrísgrjóna

HRÁEFNI:

- 10 hrísgrjónapappírsblöð
- 2 matskeiðar sesamolía
- 1 matskeið sojasósa
- 1 matskeið hrísgrjónaedik
- 1 tsk rifinn engifer
- ½ tsk salt
- Sesamfræ til skrauts

LEIÐBEININGAR:

a) Forhitið ofninn í 375°F (190°C).
b) Skerið hrísgrjónapappírsblöðin í þríhyrninga eða æskileg form.
c) Blandið saman sesamolíu, sojasósu, hrísgrjónaediki, rifnu engifer og salti í skál.
d) Penslið létt á báðum hliðum hrísgrjónapappírsþríhyrninganna með olíublöndunni.
e) Raðið hrísgrjónapappírsþríhyrningunum á bökunarplötu klædda bökunarpappír.
f) Stráið sesamfræjum ofan á til skrauts.
g) Bakið í 8-10 mínútur eða þar til hrökkin eru orðin stökk og létt gullin.
h) Látið hrökkin kólna áður en hún er borin fram.

55. Súkkulaðidýddar bananahrökkur

HRÁEFNI:

- 2 þroskaðir bananar
- 4 aura dökkt súkkulaði, saxað
- Fjölbreytt álegg (td saxaðar hnetur, rifin kókos, strá)

LEIÐBEININGAR:

a) Klæðið bökunarplötu með bökunarpappír.

b) Afhýðið bananana og skerið þá í þunnar sneiðar.

c) Setjið bananasneiðarnar á tilbúna bökunarplötu.

d) Bræðið dökka súkkulaðið með 30 sekúndna millibili í örbylgjuþolinni skál, hrærið á milli, þar til það er slétt og alveg bráðið.

e) Dýfðu hverri bananasneið hálfa leið ofan í brædda súkkulaðið og leyfðu umframmagn að leka af.

f) Settu niðurdýfðu bananasneiðarnar aftur á bökunarpappírsklædda ofnplötu.

g) Stráið álegginu sem óskað er eftir yfir súkkulaðidýfða hluta bananasneiðanna.

h) Setjið bökunarplötuna inn í kæli í 20-30 mínútur eða þar til súkkulaðið hefur stífnað.

i) Þegar súkkulaðið er stíft skaltu taka bananahrökuna úr kæli.

j) Berið fram og njótið!

56.Beikon sinnep stökk

Hráefni:

- 7 sneiðar magurt beikon
- ½ bolli Vatn
- ¼ bolli sinnep í Dijon-stíl
- 2 bollar alhliða hveiti
- ½ tsk Salt
- 1 matskeið lyftiduft
- 1 tsk Nýmalaður hvítur pipar
- 6 matskeiðar kalt smjör; skera í 6 bita

LEIÐBEININGAR:

a) Eldið beikon á stórri pönnu þar til það er stökkt. Setjið á pappírshandklæði til að tæma og geymið 2 matskeiðar af beikondropi. Saxið beikon smátt.

b) Blandið saman vatni, sinnepi og 2 matskeiðum af beikondreypi í matvinnsluvél með málmblaði. Vinnið þar til það er bara blandað.

c) Blandið saman hveiti, salti, lyftidufti og hvítum pipar í matvinnsluvél með málmblaði. Ferlið til að sameina. Bæta við smjöri; púlsaðu þar til blandan líkist grófri máltíð. Bætið sinnepsblöndunni út í og pulsið þar til það er bara blandað saman. Bætið beikoni út í og púlsið einu sinni eða tvisvar, bara nóg til að blanda beikoninu saman við.

d) Setjið blönduna á létt hveitistráðan vinnuflöt. Með hveitistráðu kökukefli skaltu rúlla deiginu í ⅛ tommu þykkt. Dýfðu 2 tommu hringlaga skeri í hveiti og þrýstu í deigið. Settu hringi á 2 ósmurðar bökunarplötur. Safnaðu afgangi og rúllaðu út og haltu áfram að skera út eins margar umferðir og mögulegt er.

e) Bakið í forhituðum ofni í 10-12 mínútur, eða þar til gullið. Flyttu yfir á kæligrindur.

57. Benne fræ hrökk

Hráefni:

- 1 bolli Gult maísmjöl
- 2 matskeiðar smjör; bráðnað
- ½ bolli alhliða hveiti; sigtað
- ⅓ bolli Rjómi
- sesamfræ
- ½ tsk Salt
- ¼ tsk matarsódi

LEIÐBEININGAR:

a) Hitið ofninn í 350 gráður.

b) Sigtið maísmjölið saman við hveiti, salti og matarsóda í skál.

c) Blandið smjörinu og rjómanum út í.

d) Hnoðið deigið þar til það heldur saman (6 til 8 sinnum) á hveitistráðu borði.

e) Veltið deiginu um teskeið á hveitistráðu borðinu.

f) Stráið sesamfræjum yfir.

g) Rúllaðu í mjög þunnar hringi með 4 tommu þvermál og láttu brúnirnar vera reifar.

h) Bakið á ósmurðri kökuplötu þar til gullið er (um það bil 15 mínútur).

i) Stráið salti yfir á meðan það er enn heitt.

j) Geymið í vel lokuðu íláti. Passa vel með kokteilum og sjávarréttasúpum.

58. Hrökkur með kúmenosti

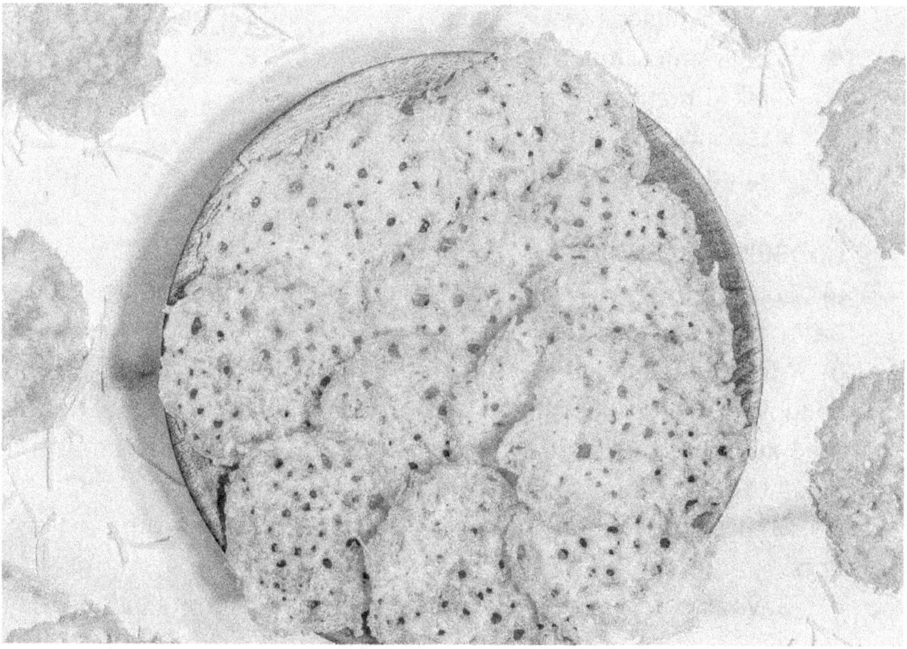

Hráefni:

- 1½ bolli alhliða hveiti
- ½ bolli smjör, mildað
- ½ tsk kúmenfræ
- ¼ tsk Salt
- ¾ pund Cheddar ostur, rifinn

LEIÐBEININGAR:

a) Forhitið ofninn í 425 af. Í stórri skál, með hendi, hnoðið allt hráefnið þar til það er blandað.

b) Mótaðu deigið í ½ tommu kúlur. Setjið þrjár deigkúlur á ósmurða kökuplötu. Fletjið klasann út í ¼ tommu þykkt með fingrum. Endurtaktu með kúlunum sem eftir eru, settu klasa um það bil 2 tommur á milli. Bakið í 10 til 12 mínútur þar til þær eru ljósbrúnar.

c) Með pönnukökubeygjunni skaltu fjarlægja ostaskorpu á vírgrind; flott.

d) Geymið ostaskorpu í vel lokuðum ílátum til að nota innan 3 daga.

59.Haframjöl sesam hrökk

Hráefni:

- ½ bolli smjör
- 1 bolli púðursykur, pakkaður
- 1 tsk vanillu
- 1½ bollar hafrar
- ½ bolli sesamfræ
- ½ tsk lyftiduft

LEIÐBEININGAR:

a) Bræðið smjör í potti yfir meðalhita.

b) Hrærið sykri og vanillu út í og eldið þar til það er freyðandi.

c) Takið af hitanum og hrærið restinni af hráefnunum saman við. Blandið vel saman.

d) Hellið í smurða 12x8 tommu pönnu og bakið í 350F ofni í 7-10 mínútur eða þar til gullbrúnt.

e) Skerið í bita af æskilegri stærð þegar það er kólnað.

60.Furuhnetukökur

Hráefni:

- 1 bolli kornsykur
- ½ bolli hveiti
- 6 eggjahvítur
- 1 tsk Vanilla
- ⅛ teskeið appelsínuþykkni
- 2 matskeiðar Smjör, brætt
- ¾ bolli furuhnetur
- Flórsykur

LEIÐBEININGAR:

a) Blandið saman strásykri, hveiti og óþeyttum eggjahvítum. Hrærið til að blanda saman.
b) Bætið við vanillu, appelsínuþykkni og smjöri.
c) Brjótið furuhnetum saman við.
d) Setjið matskeiðar á létt smurðar bökunarplötur.
e) Dreifið deiginu í 3" hringi.
f) Bakið 3 eða 4 í einu á stórri ofnplötu.
g) Bakið við 350'F. 8-10 mínútur eða þar til brúnt.
h) Fjarlægðu á vírgrind til að kólna. Stráið flórsykri yfir eftir smekk.

61.Kartöflubörkur

Hráefni:

- Hýði úr bökuðu; hráar eða soðnar kartöflur
- Ósaltað smjör
- Salt og pipar

LEIÐBEININGAR:

a) Geymið hýðið úr bökuðum, hráum eða soðnum kartöflum og skerið þær í 3 x 1 tommu ræmur.

b) Raðið ræmunum í eitt lag í smurt eldfast mót, dreifið ósöltuðu smjöri yfir þær, notið 1 matskeið fyrir hvern bolla af hýði og stráið salti og pipar yfir.

c) Bakið hýðina í forhituðum mjög heitum ofni (450 gráður) í 5 til 25 mínútur, eftir tegund af hýði, eða þar til þær eru orðnar mjög stökkar.

d) Færið hýðina yfir í körfu, stráið salti og pipar yfir ef vill og berið fram sem forrétt.

62.Potsticker stökk

Hráefni:

- 12 kringlótt pottalímmiðahúð

LEIÐBEININGAR:

a) Einn í einu, dýfðu pottlímdarhúðunum í vatn; hrista umframmagn af.

b) Leggið í einu lagi á smurða 12x15" bökunarplötu.

c) Bakið í 450'F. ofn þar til brúnt og stökkt, 4-8 mínútur, fer eftir þykkt. Kælið á grind.

d) Ef það er gert á undan skaltu pakka loftþéttum og geyma við stofuhita í allt að 2 daga.

63. Gerflögur

Hráefni:

- 1 pakki ger
- ⅓ bolli Heitt vatn
- 1 bolli smjörlíki, mildað
- ⅛ teskeið Salt
- 2 bollar hveiti
- 1 bolli Sykur

LEIÐBEININGAR:

a) Blandið saman ger, volgu vatni, smjörlíki, salti og hveiti.

b) Kældu í 1 klukkustund. Myndaðu kúlur með 1 tommu þvermál og rúllaðu þeim upp úr sykri. Settu þau á grunna pönnu og kældu í 30 mínútur.

c) Fletjið hverja kúlu út eins þunnt og pappír og skerið hana síðan í tvennt þversum.

d) Látið hvíla í 30 sekúndur og bakið í 350 F ofni þar til gullbrúnt.

64. Brie stökk

Hráefni:

- 4 aura af Brie; við stofuhita
- ½ bolli smjör; við stofuhita
- ⅔ bolli hveiti
- 2 skvettur af Cayenne pipar; að smakka
- ⅛ teskeið Salt
- Paprika

LEIÐBEININGAR:

a) Blandið saman smjöri og osti í matvinnsluvélinni og blandið þar til rjómakennt.

b) Bætið restinni af hráefnunum saman við og blandið þar til deigið er næstum því að mynda kúlu í matvinnsluvélinni.

c) Mótaðu í 2 tommu hringlaga rúlla og pakkaðu þétt inn í plastfilmu.

d) Geymið í kæli yfir nótt. Skerið rúllur í ¼ tommu bita - setjið 2 tommu á milli á kökuplötu og bakið við 400 gráður í 10-12 mínútur eða þar til brúnirnar eru brúnar.

e) Kælið á grind.

f) Stráið papriku yfir og berið fram strax.

DIPS

65.Buffalo kjúklingadýfa

HRÁEFNI:

- 2 bollar rifinn eldaður kjúklingur
- 8 aura af rjómaosti, mildaður
- ½ bolli heit sósa
- ½ bolli búgarðsdressing
- 1 bolli rifinn cheddar ostur
- ¼ bolli gráðostamola (valfrjálst)
- Tortilla flögur eða sellerístangir, til framreiðslu

LEIÐBEININGAR:

a) Forhitið ofninn í 350°F.

b) Blandið saman rifnum kjúklingi, rjómaosti, heitri sósu og búgarðsdressingu í stórri blöndunarskál. Hrærið þar til það hefur blandast vel saman.

c) Dreifið blöndunni í 9 tommu eldfast mót og stráið rifnum cheddarosti og gráðostamola yfir (ef það er notað).

d) Bakið í 20-25 mínútur, eða þar til það er heitt og freyðandi.

e) Berið fram heitt með tortillaflögum eða sellerístöngum.

66.Basísk Baba Ganoush

HRÁEFNI:

- 1 Stórt eggaldin
- Handfylli af steinselju
- 1-2 hvítlauksrif
- Safi úr 2 sítrónum
- 2 matskeiðar af tahini
- Salt & svartur pipar eftir smekk

LEIÐBEININGAR:

a) Hitið grillið í meðalhátt og eldið eggaldin í heilu lagi í um hálftíma.

b) Skerið í það og skafið innan úr með skeið og setjið síðan holdið í sigti.

c) Blandið þar til slétt.

67. Hummus af kúrbít og kjúklingabauna

HRÁEFNI:

- 1 dós af kjúklingabaunum, tæmd og skoluð
- 1 hvítlauksgeiri, saxaður
- 1 grænn kúrbít, saxaður
- Handfylli saxað steinselja
- Handfylli söxuð basilíka
- Himalaja eða sjávarsalt
- Nýmalaður svartur pipar
- 4 matskeiðar ólífuolía
- Kreista af ferskum sítrónusafa

LEIÐBEININGAR:

a) Blandið öllu saman.

68.Lemony kjúklingabaunir og Tahini hummus

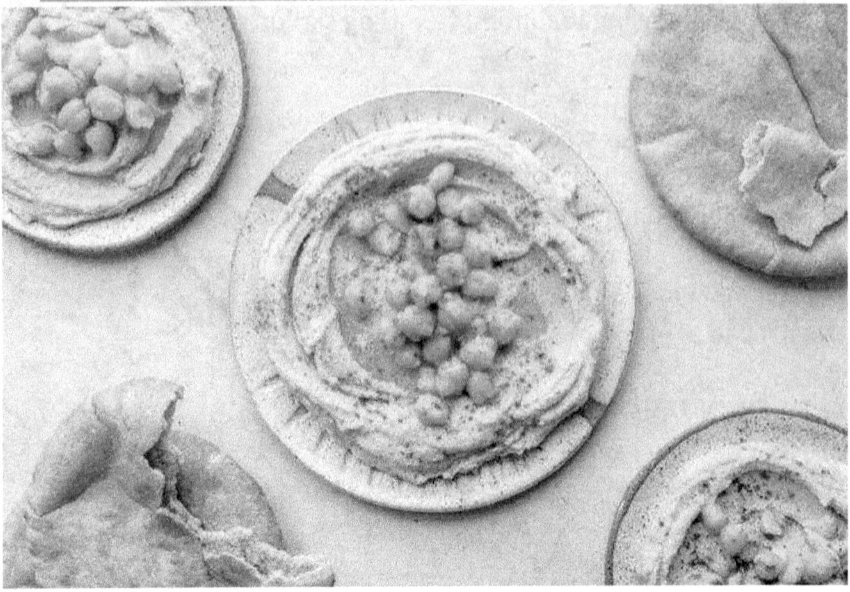

HRÁEFNI:

- Sítrónusafi úr ½ sítrónu
- 1 dós þurrkaðar kjúklingabaunir, lagðar í bleyti
- 1 hvítlauksgeiri
- 1 matskeið af tahini
- 1 matskeið af ólífuolíu

LEIÐBEININGAR:

a) Blandið öllu þar til slétt.

69.Hummus af hvítlauknum kjúklingabauna

HRÁEFNI:

- 2 hvítlauksgeirar
- 1 dós af kjúklingabaunum
- 1 matskeið af Tahini
- Sítrónusafi úr 1 sítrónu
- 1 matskeið ólífuolía

LEIÐBEININGAR:

a) Blandið öllu hráefninu saman í blöndunarskál.

70.Krydduð graskers- og rjómaostadýfa

HRÁEFNI:

- 8 aura af rjómaosti
- 15 aura af ósykruðu niðursoðnu graskeri
- 1 tsk kanill
- ¼ teskeið af kryddjurtum
- ¼ tsk múskat
- 10 pekanhnetur, malaðar

LEIÐBEININGAR:

a) Þeytið rjómaostinn og niðursoðna graskerið saman í hrærivél þar til það verður rjómakennt.

b) Hrærið kanil, kryddjurtum, múskati og pekanhnetum saman við þar til það hefur blandast vel saman.

c) Áður en borið er fram skaltu kæla í eina klukkustund í kæli.

71. Rjómaostur og hunangsdýfa

HRÁEFNI:

- 2 aura af rjómaosti
- 2 matskeiðar hunang
- ¼ bolli kreistur appelsínusafi
- ½ tsk malaður kanill

LEIÐBEININGAR:

a) Blandið öllu þar til slétt.

72. Garlicky Alkaline Guacamole

HRÁEFNI:

- 2 avókadó, skorin niður
- 1 tómatur, fræhreinsaður og smátt saxaður
- ½ matskeið ferskur lime safi
- ½ lítill gulur laukur, smátt saxaður
- 2 hvítlauksrif, pressuð
- ¼ tsk sjávarsalt
- Dapur af pipar
- Hakkað ferskt kóríander lauf

LEIÐBEININGAR:

a) Notaðu kartöflustöppu til að stappa avókadóið í lítilli skál.

b) Berið fram strax eftir að auka innihaldsefnum hefur verið blandað í maukað avókadó.

73.Basískt Jalapeño salsa

HRÁEFNI:

- 4 meðalstórir tómatar, skrældir og skornir í teninga
- ¼ bolli saxaður rauðlaukur
- Jalapeño pipar, fræhreinsaður og smátt saxaður
- 1 msk kaldpressuð ólífuolía
- 1 tsk sjávarsalt
- 1 tsk kúmen
- 1 tsk hakkaður hvítlaukur
- Fersk steinselja

LEIÐBEININGAR:

a) Blandið öllu hráefninu saman.

74. Bæversk veisludýfa/álegg

HRÁEFNI:

- ½ bolli Laukur, saxaður
- 1 pund Braunschweiger
- 3 aura rjómaostur
- ¼ tsk Svartur pipar

LEIÐBEININGAR:

a) Steikið laukinn í 8-10 mínútur, hrærið oft í; fjarlægðu af hitanum og tæmdu.

b) Takið hlífina af Braunschweiger og blandið kjötinu saman við rjómaostinn þar til það er slétt. Blandið lauk og pipar saman við.

c) Berið fram sem lifrarbreiða á kex, þunnar sneiðar veislurúgur, eða berið fram sem ídýfu ásamt úrvali af fersku hráu grænmeti eins og gulrótum, sellerí, spergilkál, radísum, blómkáli eða kirsuberjatómötum.

•

75.Bökuð ætiþistlaveisluídýfa

HRÁEFNI:

- 1 Brauð stórt dökkt rúgbrauð
- 2 matskeiðar Smjör
- 1 búnt af grænum laukum; hakkað
- 6 Geirar af ferskum hvítlauk; fínt hakkað, allt að 8
- 8 aura rjómaostur; við stofuhita.
- 16 aura sýrður rjómi
- 12 aura rifinn cheddar ostur
- 14 aura dós af þistilhjörtum; tæmd og skorin í fernt

LEIÐBEININGAR:

a) Skerið gat ofan á brauðið um það bil 5 tommur í þvermál. Fjarlægðu mjúkt brauð úr skornum skammti og fargið.

b) Geymdu skorpu til að gera toppinn fyrir brauð.

c) Skerið mest af mjúka hlutanum af brauðinu að innan og geymið í öðrum tilgangi, svo sem fyllingu eða þurrkuðum brauðmylsnu. Í smjörinu,

d) Steikið græna laukinn og hvítlaukinn þar til laukurinn visnar. Skerið rjómaostinn í litla bita og bætið lauknum, hvítlauknum, sýrðum rjóma og cheddarostinum saman við. Blandið vel saman. Brjótið þistilhjörtu út í, allt af þessari blöndu út í útskorið brauð. Setjið toppinn á brauðið og pakkið inn í sterka álpappír. Bakið í 350 gráðu heitum ofni í 1½ klst.

e) Þegar það er tilbúið skaltu fjarlægja álpappírinn og bera fram með því að nota kokteilrúgbrauð til að dýfa sósunni út.

76.Múrsteinsostdýfa

HRÁEFNI:

- 3 aura ricotta ostur
- 3 aura nýrifinn múrsteinaostur
- 3 matskeiðar fersk timjanblöð
- 6 aura af geitaosti
- 1 eyri parmesan harður ostur, nýrifinn
- 4 ræmur þykkskorið beikon, soðið og mulið
- Salt og pipar, eftir smekk

LEIÐBEININGAR:

a) Undirbúðu ofninn fyrir steikingu.

b) Blandið öllu hráefninu saman í eldfast mót.

c) Stráið parmesanosti yfir réttinn.

d) Bakið í forhituðum ofni í 5 mínútur, eða þar til osturinn byrjar að brúnast og kúla.

e) Takið úr ofninum og berið fram strax.

77. Gráðostur & Gouda ostadýfa

HRÁEFNI:

- 2 matskeiðar ósaltað smjör
- 1 bolli sætur laukur, skorinn í bita
- 2 bollar rjómaostur, við stofuhita
- ⅛ teskeið salt
- ⅛ teskeið hvítur pipar
- ⅓ bolli Montucky kalt snakk
- 1 ½ bolli saxaður falsaður kjúklingur
- ½ bolli hunangssinnep, auk meira til að drekka
- 2 matskeiðar búgarðsdressing
- 1 bolli rifinn cheddar ostur
- 2 bollar Gouda ostur, rifinn
- 2 matskeiðar gráðostadressing
- ⅓ bolli mulinn gráðostur, auk meira til áleggs
- ¾ bolli hunang BBQ sósa, auk meira til að drekka

LEIÐBEININGAR:

a) Bræðið smjörið við vægan hita í stórri pönnu.

b) Hrærið lauknum saman við og kryddið með salti og pipar.

c) Eldið í 5 mínútur, eða þar til það er aðeins mjúkt.

d) Eldið, hrærið oft, þar til laukurinn karamellist, um það bil 25 til 30 mínútur.

e) Forhitið ofninn í 375°F.

f) Húðaðu 9 tommu bökunarform með eldunarúða.

g) Blandið rjómaostinum, öllum ostinum, BBQ sósunni, hunangssinnepinu, búgarðsdressingunni og gráðosti saman í stóra blöndunarskál.

h) Bætið karamellulöguðum lauknum og fölsuðum kjúklingi út í.

i) Setjið deigið í eldfast mót.

j) Skreytið með ostinum sem eftir er.

k) Bakið ídýfuna í 20–25 mínútur, eða þar til hún er gullin.

l) Berið fram strax.

78. Pöbbostýfa

HRÁEFNI:

- 3 msk gróft saxuð, súrsuð jalapeno paprika
- 1 bolli harður eplasafi
- ⅛ teskeið malaður rauður pipar
- 2 bollar rifinn extra skarpur, gulur cheddar ostur
- 2 bollar rifinn Colby ostur
- 2 matskeiðar maíssterkju
- 1 matskeið Dijon sinnep
- 60 kex

LEIÐBEININGAR:

a) Í meðalstórri blöndunarskál, blandaðu saman cheddar osti, Colby osti og maíssterkju. Leggið til hliðar.
b) Blandið saman eplasafi og sinnepi í meðalstórum potti.
c) Eldið þar til það sýður við meðalháan hita.
d) Þeytið ostablönduna rólega út í, smá í einu, þar til hún er slétt.
e) Slökktu á hitanum.
f) Hrærið jalapenó og rauðri papriku saman við.
g) Setjið blönduna í 1 lítra hæga eldavél eða fondú pott.
h) Haltu hita á lágum hita.
i) Berið fram með kex.

79.Krydduð maísdýfa

HRÁEFNI:

- 1 matskeið extra virgin ólífuolía
- ½ pund sterk ítölsk pylsa
- 1 meðalstór rauðlaukur, sneiddur
- 1 stór rauð paprika, skorin í teninga
- 1 bolli sýrður rjómi
- 4 aura af rjómaosti, við stofuhita
- 4 bollar frosinn maís, þiðnið
- ½ bolli saxaður grænn laukur
- 1 stór jalapeño, skorinn í teninga
- 4 hvítlauksgeirar, saxaðir
- 1 matskeið saxað kóríander
- 2 tsk kreóla krydd
- 1 tsk malaður svartur pipar
- 1 bolli rifinn skarpur cheddar ostur, skipt
- 1 bolli rifinn Colby Jack ostur, skipt
- Jurtaolía, til smurningar

LEIÐBEININGAR:

a) Forhitaðu ofninn í 350 gráður F.

b) Hitið olíuna á stórri pönnu yfir meðalhita. Bætið ítölsku pylsunni út í og eldið þar til hún er brún. Hellið lauknum og paprikunni út í. Eldið þar til þær mýkjast.

c) Bætið við sýrða rjómanum og rjómaostinum. Hrærið þar til það hefur blandast vel saman, bætið síðan við maís, grænum lauk, jalapeño, hvítlauk og kóríander. Haltu áfram að hræra hráefninu þar til allt er vel blandað saman. Stráið Creole kryddinu yfir, svörtum pipar, ½ bolla af cheddar og ½ bolla af Colby Jack osti. Blandið vel saman.

d) Smyrjið bökunarform létt og bætið síðan maísblöndunni út í. Setjið afganginn af ostinum ofan á og bakið, án loks, í 20 mínútur. Kælið aðeins áður en það er borið fram.

80.Lágkolvetna pizzudýfa

HRÁEFNI:

- 6 aura af rjómaosti í örbylgjuofni
- ¼ bolli sýrður rjómi
- ½ bolli Mozzarella ostur, rifinn
- Salt og pipar eftir smekk
- ¼ bolli majónes
- ½ bolli Mozzarella ostur, rifinn
- ½ bolli lágkolvetna tómatsósa
- ¼ bolli Parmesan ostur

LEIÐBEININGAR:

a) Forhitið ofninn í 350 gráður Fahrenheit.

b) Blandið saman rjómaosti, sýrðum rjóma, majónesi, mozzarella, salti og pipar.

c) Hellið í ramekin og dreifið tómatsósu yfir hvern ramekin ásamt mozzarellaosti og parmesanosti.

d) Toppaðu pönnupizzu ídýfurnar þínar með uppáhalds álegginu þínu.

e) Bakið í 20 mínútur.

f) Berið fram með bragðgóðum brauðstangum eða svínabörkum!

81. Krabba Rangoon dýfa

HRÁEFNI:

- 1 (8 aura) pakki af rjómaosti, mildaður
- 2 matskeiðar ólífuolíumajónesi
- 1 msk nýkreistur sítrónusafi
- ½ tsk sjávarsalt
- ¼ tsk svartur pipar
- 2 hvítlauksgeirar, saxaðir
- 2 meðalstórir grænir laukar, skornir í teninga
- ½ bolli rifinn parmesanostur
- 4 aura (um ½ bolli) af niðursoðnu hvítu krabbakjöti

LEIÐBEININGAR:

a) Forhitið ofninn í 350°F.

b) Blandið saman rjómaosti, majónesi, sítrónusafa, salti og pipar í meðalstórri skál með handþeytara þar til það hefur blandast vel saman.

c) Bætið hvítlauk, lauk, parmesanosti og krabbakjöti út í og blandið saman við blönduna með spaða.

d) Flyttu blönduna yfir í ofnþolið steik og dreifðu henni jafnt yfir.

e) Bakið í 30–35 mínútur þar til toppurinn á ídýfuna er aðeins brúnaður. Berið fram heitt.

82.Geitaostur Guacamole

HRÁEFNI:

- 2 avókadó
- 3 aura af geitaosti
- börkur úr 2 lime
- sítrónusafi úr 2 lime
- ¾ teskeið hvítlauksduft
- ¾ tsk laukduft
- ½ tsk salt
- ¼ tsk rauðar piparflögur (valfrjálst)
- ¼ tsk pipar

LEIÐBEININGAR:

a) Bætið avókadóinu í matvinnsluvél og blandið þar til slétt.

b) Bætið restinni af hráefnunum saman við og blandið þar til það hefur blandast saman.

c) Berið fram með flögum.

83.Ranch dýfa

HRÁEFNI:

- 1 bolli majónesi
- ½ bolli grísk jógúrt
- 1½ tsk þurrkaður graslaukur
- 1½ tsk þurrkuð steinselja
- 1½ tsk þurrkað dill
- ¾ teskeið kornaður hvítlaukur
- ¾ teskeið kornaður laukur
- ½ tsk salt
- ¼ tsk svartur pipar

LEIÐBEININGAR:

a) Blandið öllu hráefninu saman í litla skál.
b) Látið standa í kæliskáp í 30 mínútur áður en það er borið fram.

84.Krydduð rækju- og ostadýfa

HRÁEFNI:

- 2 sneiðar af beikoni án sykurs
- 2 meðalgulir laukar, skrældir og skornir í teninga
- 2 hvítlauksgeirar, saxaðir
- 1 bolli popprækjur (ekki af brauðgerðinni), soðnar
- 1 meðalstór tómatur, skorinn í teninga
- 3 bollar rifinn Monterey Jack ostur
- ¼ tsk Frank's Red-hot sósa
- ¼ tsk cayenne pipar
- ¼ tsk svartur pipar

LEIÐBEININGAR:

a) Eldið beikonið á meðalstórri pönnu við meðalhita þar til það er stökkt, um það bil 5–10 mínútur. Geymið fitu á pönnunni. Leggið beikonið á pappírshandklæði til að kólna. Þegar það er kólnað, mulið beikonið með fingrunum.

b) Bætið lauknum og hvítlauknum við beikondropana á pönnunni og steikið við meðalhita þar til þeir eru mjúkir og ilmandi, um það bil 10 mínútur.

c) Blandið öllu hráefninu saman í hægan eldavél; hrærið vel. Eldið þakið við lága stillingu í 1–2 klukkustundir eða þar til osturinn er alveg bráðinn.

85.Hvítlauks- og beikondýfa

HRÁEFNI:

- 8 sneiðar af beikoni án sykurs
- 2 bollar saxað spínat
- 1 (8 aura) pakki af rjómaosti, mildaður
- ¼ bolli feitur sýrður rjómi
- ¼ bolli grísk jógúrt með fullri fitu
- 2 matskeiðar saxuð fersk steinselja
- 1 matskeið sítrónusafi
- 6 ristaðir hvítlauksgeirar, maukaðir
- 1 tsk salt
- ½ tsk svartur pipar
- ½ bolli rifinn parmesanostur

LEIÐBEININGAR:

a) Forhitið ofninn í 350°F.

b) Eldið beikon á meðalstórri pönnu við meðalhita þar til það er stökkt. Takið beikonið af pönnunni og setjið til hliðar á disk sem klæddur er með pappírshandklæði.

c) Bætið spínati á heita pönnuna og eldið þar til það er visnað. Takið af hitanum og setjið til hliðar.

d) Bætið rjómaosti, sýrðum rjóma, jógúrt, steinselju, sítrónusafa, hvítlauk, salti og pipar í meðalstóra skál og þeytið með handþeytara þar til allt er blandað saman.

e) Saxið beikon gróft og hrærið saman við rjómaostablönduna. Hrærið spínati og parmesanosti saman við.

f) Flyttu yfir í 8" × 8" bökunarform og bakaðu í 30 mínútur eða þar til það er heitt og freyðandi.

86.Rjómalöguð geitaostur pestódýfa

HRÁEFNI:

- 2 bollar pakkað fersk basilíkublöð
- ½ bolli rifinn parmesanostur
- 8 aura af geitaosti
- 1 -2 tsk saxaður hvítlaukur
- ½ tsk salt
- ½ bolli ólífuolía

LEIÐBEININGAR:

a) Blandið basil, osti, hvítlauk og salti saman í matvinnsluvél eða blandara þar til það er slétt. Bætið ólífuolíu saman við í jöfnum straumi og blandið þar til það er blandað saman.

b) Berið fram strax eða geymið í kæli.

87.Hot Pizza Super dýfa

HRÁEFNI:

- Mýktur rjómaostur
- Majónesi
- Mozzarella ostur
- Basil
- Oregano
- Hvítlauksduft
- Pepperoni
- Svartar ólífur
- Græn papriku

LEIÐBEININGAR:

a) Blandið mjúka rjómaostinum þínum, majónesi og smávegis af mozzarellaosti út í. Bætið við basil, oregano, steinselju og hvítlauksdufti yfir og hrærið þar til það hefur blandast vel saman.

b) Fylltu það í djúpt tertudiskinn þinn og dreifðu því út í jafnt lag.

c) Dreifið pizzusósunni yfir og bætið því áleggi sem þið viljið. Fyrir þetta dæmi munum við bæta við mozzarella osti, pepperoni svörtum ólífum og grænum paprikum. Bakið við 350 í 20 mínútur.

88.Bakað spínat og þistilhjörtu ídýfa

HRÁEFNI:

- 14 aura getur þistilhjörtu, tæmd og hakkað
- 10 aura frosið hakkað spínat þiðnað
- 1 bolli alvöru majó
- 1 bolli rifinn parmesanostur
- 1 hvítlauksgeiri pressaður

LEIÐBEININGAR:

a) Þiðið frosið spínat og kreistið það síðan þurrt með höndunum.

b) Hrærið saman: tæmdur og saxaður ætiþistli, kreista spínat, 1 bolli majó, ¾ bolli parmesanostur, 1 pressaður hvítlauksgeiri, og setjið yfir í 1 lítra pottrétt eða tertuform.

c) Stráið afganginum af ¼ bolla parmesanosti yfir.

d) Bakið afhjúpað í 25 mínútur við 350°F eða þar til það er hitað í gegn. Berið fram með uppáhalds crostini, franskar eða kex.

89.Þistilkökudýfa

HRÁEFNI:

- 2 bollar af þistilhjörtu, saxað
- 1 bolli majónesi eða létt majónes
- 1 bolli rifinn parmesan

LEIÐBEININGAR:

a) Blandið öllu hráefninu saman og setjið blönduna í smurt eldfast mót. Bakið í 30 mínútur við 350°F.

b) Bakið ídýfuna þar til hún er ljósbrúnt og freyðandi ofan á.

90.Rjómalöguð ætiþistladýfa

HRÁEFNI:

- 2 x 8 aura pakkar af rjómaosti, stofuhita
- ⅓ bolli sýrður rjómi
- ¼ bolli majónesi
- 1 matskeið sítrónusafi
- 1 matskeið Dijon sinnep
- 1 hvítlauksrif
- 1 tsk Worcestershire sósa
- ½ tsk heit piparsósa
- 3 x 6 aura krukkur af marineruðum þistilhjörtum, tæmd og hakkað
- 1 bolli rifinn mozzarellaostur
- 3 rauðlaukur
- 2 tsk hakkað jalapeño

LEIÐBEININGAR:

a) Notaðu rafmagnshrærivél, þeytið fyrstu 8 hráefnin í stórri skál þar til það er blandað saman. Blandið þistilhjörtum, mozzarella, lauk og jalapeño saman við.
b) Flytið yfir í eldfast mót.
c) Forhitið ofninn í 400 °F.
d) Bakið ídýfu þar til það er freyðandi og brúnt að ofan - um 20 mínútur.

91.Dill & Rjómaosta ídýfa

HRÁEFNI:

- 1 bolli venjuleg sojajógúrt
- 4 aura af rjómaosti
- 1 matskeið sítrónusafi
- 2 matskeiðar þurrkaður graslaukur
- 2 matskeiðar þurrkað dill illgresi
- 1⁄2 tsk sjávarsalt
- Dash pipar

LEIÐBEININGAR:

a) Blandið öllu saman og setjið í kæli í að minnsta kosti eina klukkustund.

92.Villi hrísgrjón og Chili Dip

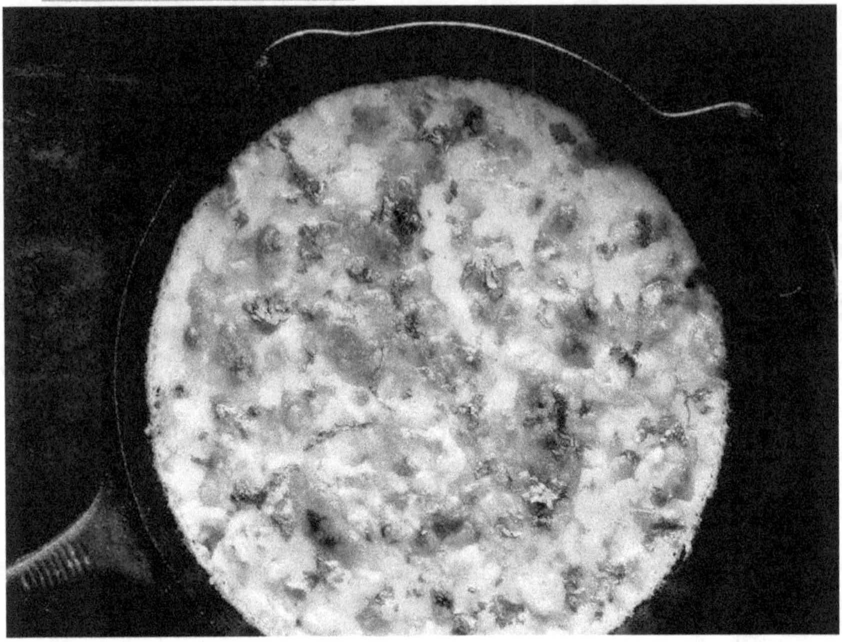

HRÁEFNI:

- 12 aura af soðnum linsum
- ¼ bolli gerlaust grænmetissoð
- ¼ bolli niðurskorin græn paprika
- 1/2 hvítlauksgeiri, pressaður
- 1 bolli niðurskornir tómatar
- ¼ bolli saxaður laukur
- 2 aura af rjómaosti
- 1/2 msk chiliduft
- 1/2 tsk kúmen
- ¼ tsk sjávarsalt
- Dash papriku
- 1/2 bolli soðin villi hrísgrjón

LEIÐBEININGAR:

a) Eldið linsubaunir og grænmetissoð í litlum potti.

b) Bætið lauknum, paprikunni, hvítlauknum og tómötunum út í og eldið í 8 mínútur við meðalhita.

c) Blandaðu saman rjómaosti, chilidufti, kúmeni og sjávarsalti í blandara þar til það er slétt.

d) Blandið saman hrísgrjónum, rjómaostablöndunni og linsubaunablöndunni í stórri blöndunarskál og hrærið vel.

93.Krydduð graskers- og rjómaostadýfa

HRÁEFNI:

- 8 aura af rjómaosti
- 15 aura af ósykruðu niðursoðnu graskeri
- 1 tsk kanill
- ¼ teskeið af kryddjurtum
- ¼ tsk múskat
- 10 pekanhnetur, malaðar

LEIÐBEININGAR:

a) Þeytið rjómaostinn og niðursoðna graskerið saman í hrærivél þar til það verður rjómakennt.

b) Hrærið kanil, kryddjurtum, múskati og pekanhnetum saman við þar til það hefur blandast vel saman.

c) Áður en borið er fram skaltu kæla í eina klukkustund í kæli.

94. Rjómalöguð spínat-tahinídýfa

HRÁEFNI:

- 1 (10 aura) pakki af fersku barnaspínati
- 1 til 2 hvítlauksrif
- teskeið salt
- ⅓ bolli tahini (sesammauk)
- Safi úr 1 sítrónu
- Malað cayenne
- 2 tsk ristað sesamfræ, til skrauts

LEIÐBEININGAR:

a) Látið gufusjóða spínatið þar til það er visnað, um það bil 3 mínútur. Kreistið þurrt og setjið til hliðar.

b) Vinnið hvítlaukinn og saltið í matvinnsluvél þar til það er fínt saxað. Bætið við gufusoðnu spínati, tahini, sítrónusafa og cayenne eftir smekk.

c) Vinnið þar til vel blandað og smakkið til, stillið krydd ef þarf.

d) Færið ídýfuna yfir í meðalstóra skál og stráið sesamfræjunum yfir. Ef þú notar það ekki strax skaltu hylja og setja í kæli þar til þú þarft.

e) Ef það er geymt á réttan hátt, geymist það í allt að 3 daga.

95. Apríkósu og Chile dýfingarsósa

HRÁEFNI:

- 4 þurrkaðar apríkósur
- 1 bolli af hvítum þrúgusafa eða eplasafa
- 1 tsk asískt chilipasta
- 1 tsk rifið ferskt engifer
- 1 matskeið sojasósa
- 1 matskeið hrísgrjónaedik

LEIÐBEININGAR:

a) Blandið apríkósunum og vínberjasafanum saman í litlum potti og hitið rétt að suðu. Takið af hellunni og setjið til hliðar í 10 mínútur til að leyfa apríkósunum að mýkjast.

b) Færið apríkósublönduna yfir í blandara eða matvinnsluvél og vinnið þar til hún er slétt. Bætið chilipaukinu, engiferinu, sojasósunni og ediki út í og vinnið þar til það er slétt. Smakkið til, stillið krydd ef þarf.

c) Flyttu yfir í litla skál. Ef þú notar það ekki strax skaltu hylja og setja í kæli þar til þú þarft.

d) Ef sósan er geymd á réttan hátt geymist hún í 2 til 3 daga.

96.Ristað eggaldin ídýfa

HRÁEFNI:

- 3 meðalstór eggaldin með hýði (stór, kringlótt, fjólublá afbrigði)
- 2 matskeiðar olía
- 1 hrúga teskeið af kúmenfræjum
- 1 tsk malað kóríander
- 1 tsk túrmerikduft
- 1 stór gulur eða rauðlaukur, afhýddur og skorinn í teninga
- 1 stykki af engiferrót, afhýdd og rifin eða söxuð
- 8 hvítlauksrif, afhýdd og rifin eða söxuð
- 2 meðalstórir tómatar, skrældir (ef hægt er) og skornir í teninga
- 4 grænir taílenskir, serrano- eða cayenne-chiles, saxaðir
- 1 tsk rautt chile duft eða cayenne
- 1 msk gróft sjávarsalt

LEIÐBEININGAR:

a) Settu ofngrind í næsthæstu stöðu. Forhitið grillið í 500°F (260°C). Klæðið bökunarplötu með álpappír til að koma í veg fyrir óreiðu síðar.

b) Stingdu göt á eggaldinið með gaffli (til að losa um gufu) og settu þau á bökunarplötuna. Steikið í 30 mínútur, snúið einu sinni. Húðin verður kulnuð og brennd á sumum svæðum þegar þau eru búin. Takið bökunarplötuna úr ofninum og látið eggaldinið kólna í að minnsta kosti 15 mínútur. Með beittum hníf, skerðu sundur langsum frá einum enda hvers eggaldins til annars og dragðu það aðeins opið. Skerið ristuðu kjötinu að innan, passið að forðast gufuna og bjarga eins miklum safa og hægt er. Settu ristað eggaldin holdið í skál - þú munt hafa um það bil 4 bolla (948 ml).

c) Hitið olíuna á meðalháum hita á djúpri, þungri pönnu.

d) Bætið kúmeninu út í og látið malla þar til það sýður í um það bil 30 sekúndur.

e) Bætið kóríander og túrmerik út í. Blandið saman og eldið í 30 sekúndur.

f) Bætið lauknum út í og brúnið í 2 mínútur.

g) Bætið engiferrótinni og hvítlauknum út í og eldið í 2 mínútur í viðbót.

h) Bætið tómötunum og chiles út í. Eldið í 3 mínútur þar til blandan mýkist.

i) Bætið kjötinu af ristuðu eggaldinunum út í og eldið í 5 mínútur í viðbót, blandið öðru hverju til að forðast að festast.

j) Bætið rauða chili duftinu og salti út í. Á þessum tímapunkti ættir þú einnig að fjarlægja og farga villandi bitum af kulnuðu eggaldinshýði.

k) Blandið þessari blöndu með því að nota blöndunartæki eða í sérstökum blöndunartæki. Ekki ofleika það - það ætti samt að vera einhver áferð. Berið fram með ristuðum naan sneiðum, kex eða tortilla flögum. Þú getur líka borið það fram á hefðbundinn hátt með indverskri máltíð af roti, linsubaunir og raita.

97.Radish Microgreen & Lime Dip

HRÁEFNI:

- 4 aura radish microgreens
- 2 aura kóríander
- 8 aura af sýrðum rjóma
- 1 matskeið gulur laukur, rifinn
- 1 lítill hvítlauksgeiri, rifinn
- 2 msk lime safi eða eftir smekk
- salt eftir smekk
- rauðar piparflögur eftir smekk

LEIÐBEININGAR:

a) Blandaðu saman örgrænu, kóríander (stilkum og öllu), lauk, hvítlauk og sýrðum rjóma í blandara þar til það er slétt.

b) Kryddið með limesafa, salti og örlitlu af rauðum piparflögum. Berið fram með franskar, grænmeti, grilluðu kjöti og öðru meðlæti.

98.Mango-Ponzu dýfingarsósa

HRÁEFNI:

- 1 bolli þroskað mangó í teningum
- 1 msk ponzu sósa
- ¼ tsk asískt chilipasta
- ¼ tsk sykur
- 2 matskeiðar vatn, auk meira ef þarf

LEIÐBEININGAR:

a) Blandið öllu hráefninu saman í blandara eða matvinnsluvél og blandið þar til slétt, bætið við annarri matskeið af vatni ef þynnri sósu er óskað.

b) Flyttu yfir í litla skál. Berið fram strax eða hyljið og geymið í kæli þar til það er tilbúið til notkunar. Þessa sósa er best að nota sama dag og hún er gerð.

99. Eggaldin valhnetuálegg

HRÁEFNI:

- 2 matskeiðar ólífuolía
- 1 lítill laukur, saxaður
- 1 lítið eggaldin, skrælt og skorið í tommu teninga
- 2 hvítlauksgeirar, saxaðir
- teskeið salt
- 1/8 tsk malað cayenne
- bolli saxaðar valhnetur
- 1 matskeið ferskt söxuð basilíka
- 2 matskeiðar vegan majónesi
- 2 matskeiðar söxuð fersk steinselja, til skrauts

LEIÐBEININGAR:

a) Hitið olíuna yfir miðlungshita í stórri pönnu. Bætið lauknum, eggaldininu, hvítlauknum, salti og cayenne út í. Lokið og eldið þar til það er mjúkt, um það bil 15 mínútur. Hrærið valhnetunum og basilíkunni saman við og látið kólna.

b) Flyttu kældu eggaldinblöndunni í matvinnsluvél. Bætið majónesi út í og vinnið þar til slétt. Smakkið til, stillið krydd ef þarf og flytjið síðan yfir í meðalstóra skál og skreytið með steinseljunni.

c) Ef þú notar það ekki strax skaltu hylja og setja í kæli þar til þú þarft.

d) Ef það er geymt á réttan hátt, geymist það í allt að 3 daga.

100.Sassy spínat ídýfa með ristuðum hvítlauk

HRÁEFNI:

- 5 til 7 hvítlauksrif
- 1 (10 únsa) pakki af frosnu söxuðu spínati, þíðað
- ½ bolli vegan majónes
- ½ bolli vegan sýrður rjómi
- 2 tsk ferskur lime safi
- ¼ bolli hakkað grænn laukur
- ¼ bolli rifin gulrót
- 2 matskeiðar söxuð fersk kóríander eða steinselja
- teskeið sellerísalt
- Salt og nýmalaður svartur pipar

LEIÐBEININGAR:

a) Forhitið ofninn í 350° F. Steikið hvítlaukinn á lítilli ofnplötu þar til hann er gullinn, 12 til 15 mínútur. Pressið eða myljið ristaðan hvítlauk og stappið saman í deig. Setja til hliðar.

b) Á meðan hvítlaukurinn er steiktur, gufaðu spínatið þar til það er mjúkt, 5 mínútur. Kreistið þurrt og saxið smátt. Setja til hliðar.

c) Blandaðu saman majónesi, sýrðum rjóma, limesafa og ristuðum hvítlauk í meðalstórri skál. Hrærið til að blanda saman.

d) Bætið við grænum lauk, gulrótum og kóríander. Hrærið gufusoðnu spínatinu út í og kryddið með sellerísalti og salti og pipar eftir smekk. Blandið vel saman.

e) Kældu að minnsta kosti 1 klukkustund áður en borið er fram til að leyfa bragðinu að magnast. Ef það er ekki notað strax skaltu hylja og setja í kæli.

f) Ef það er geymt á réttan hátt, geymist það í allt að 3 daga.

NIÐURSTAÐA

Þegar við komum að lokum " FYRIR FULLKOMNA LEIÐARVÍSIR UM FRANSKAR, KRÍSUR OG ÍDÝFUR" vonum við að þú hafir fundið innblástur og gleði í að kanna heim snakksins. Hvort sem þú ert vanur snakkáhugamaður eða nýliði í eldhúsinu, miðar þessi matreiðslubók að því að veita þér safn ómótstæðilegra uppskrifta sem munu lyfta snakkleiknum þínum.

Mundu að fegurðin við franskar, stökk og ídýfur liggur í fjölhæfni þeirra. Ekki hika við að gera tilraunir með mismunandi bragði, áferð og hráefni til að búa til einkennandi snakkið þitt. Hvort sem þú ert að hýsa samkomu, njóta rólegrar nætur heima eða leita að fljótlegri og ánægjulegri skemmtun, þá munu uppskriftirnar í þessari bók vera leiðarvísir þinn að ógleymanlegri snakkupplifun.

Svo, gríptu uppáhalds franskapokann þinn, brettu upp ermarnar og láttu ferðina hefjast. Búðu þig undir að gæða marr, dekraðu við bragðið og dýfðu þér í ljúffengt með "FYRIR FULLKOMNA LEIÐARVÍSIR UM FRANSKAR, KRÍSUR OG ÍDÝFUR». Gleðilegt snakk!

www.ingramcontent.com/pod-product-compliance
Lightning Source LLC
LaVergne TN
LVHW010930061026
849535LV00007B/2329
* 9 7 8 1 8 3 5 7 8 1 4 2 5 *